પદ્મશ્રી પ્રાણ

મૉરિસ હૉર્ન, વર્લ્ડ એન્સાયક્લોપીડિયા ઑફ કૉમિક્સના એડિટરે કાર્ટૂનિસ્ટ પ્રાણને વૉલ્ટ ડિઝની ઑફ ઇન્ડિયા કહ્યાં છે. એમની કૉમિક્સ પેઢી દર પેઢી વધી રહેલાં નવયુવાનોની હંમેશાં સાથી રહી છે, એમણે એના કૅરેક્ટર્સ ચાચા ચૌધરી, સાબુ, શ્રીમતીજી, પિંકી, બિલ્લૂ, રમન વગેરેના મનોરંજનની ભરપૂર મજા ઉઠાવી છે. એમના ૫૦૦થી વધારે ટાઇટલ્સ માર્કેટમાં વેચાઈ રહ્યા છે અને સ્ટ્રિપ્સ ડઝનો ન્યૂઝ પેપર્સમાં છપાઈ રહી છે! ચાચા ચૌધરી પર આધારિત બનેલી ટી.વી. સીરિયલ સતત ૬૦૦ એપિસોડ્સ સુધી એક મુખ્ય ચેનલ પર બતાવવામાં આવ્યા!

વિશ્વના કેટલાય દેશોનું ભ્રમણ કરી ચુકેલા, ત્યાંની કોન્ફરન્સોમાં કાર્ટૂન્સ પર સ્પીચીસ આપવાવાળા પ્રાણને લિમકા બુક ઑફ રેકોર્ડ્સે પીપલ ઑફ ધી યર એવૉર્ડથી સન્માનિત કર્યા છે. ૧૯૮૩માં એમની કોમિક બુક - 'રમન, હમ એક હૈ'નું વિમોચન તત્કાલીન પ્રધાનમંત્રી શ્રીમતી ઇન્દિરા ગાંધીએ કર્યું.

- પ્રકાશક

યાદ આવ્યું, આજે તો મારો જન્મદિવસ છે. કેક લાવવા માટે આભાર, બિલ્લૂ!

કેક મને આપો, હું આ કેકને ખાવા માટે આતુર છું.

લાવો.
શું કરી રહ્યાં છો પહેલવાન! જન્મદિવસની કેક છે, એને કાપીને ખાવામાં આવે છે.

તું એને કાપીશ. હું હેપ્પી બર્થ ડે બોલીશ, પછી કેક ખાવામાં આવશે.

જાઓ, આ કેકને કાપવા માટે કશું લઈને આવો.

હમણાં લાવ્યો.

આ ઠીક રહેશે.

એનાથી કેક નહીં કપાય. બીજું કશું લાવો.

કેવું રહેશે?

પહેલવાન, કેકને કાપવી છે, ફોડવી નથી, કાપવા માટે કશું લાવો.

મારા ખયાલથી હવે તું ના નહીં બોલે.
તલવાર!

આ પણ નહીં ચાલે.
ઓફફ! મારી સમજમાં નથી આવી રહ્યું કે શું લાવું?

હું કેક ખાવા માટે મર્યો જઈ રહ્યો છું. મને કેક ખાવા આપો.
ઊભા રહો!
© PRAN'S FEATURES

કેક તો કાપીને જ ખાવામાં આવશે.

તું આ કેકને સંભાળ.

હું કેક કાપવા માટે કશું લઈને આવું છું.

આ ચાકૂ છે. એનાથી કપાશે કેક.

ક્યાં છે કેક?

એ તો હું ક્યારનોય ખાઈ ગયો.

બિલ્લૂ વૉલ પોસ્ટ

બીબીજી, કશું ખાવા માટે આપોને!
હજું ખાવાનું નથી બન્યું. પછી આવજે.
ઠીક છે, જ્યારે બની જાય તો મારી વૉલ પર પોસ્ટ કરી દેજો.

એને જોઈને હું આવી જઈશ.
કમાલ છે.

શું કમાલ છે, મમ્મી!
ભિખારી પણ ફેસબુક વૉલની વાતો કરી રહ્યો છે.
આઈ.ટી.નો જમાનો છે, નાઈન્ટી પરસેન્ટ લોગો બધું જ જાણે છે.
દસ પરસેન્ટ નથી પણ જાણતા.
આજકાલ આ બધું કોઈ જોઈ રહ્યું છે?
બિલ્લૂ! દીવાલ ફરીથી પેઇન્ટ કરાવી રહ્યો છે. એને ખરાબ ના કરતો.
ઓ.કે. પાપા!

બિલ્લુ ઊભો રહે.
લક્કી ફોટોગ્રાફર શું છે?

મારે હેન્ડસમ છોકરાની પિક્ચર્સ જોઈએ. તું એકદમ પરફેક્ટ છે.

ક્લીક!
લઈ લો, જેટલી ઇચ્છો, પિક્સ લઈ લો.

આ પિક્સ મને પણ જોઈએ.
ખચ્ય!

ખચ્ય!
મળી જશે.

ક્યારે આપશો?

રાત્રે આમની પ્રિન્ટ નિકળી જશે, બતાવો, તને કેવી રીતે આપું?

મારી વૉલ પર પેસ્ટ કરી દેજો. સમજો. મને મળી ગઈ.

ઠીક છે.

આગલા દિવસે સવારે..
બિલ્લૂ, તેં મારી બધી મહેનત ખરાબ કરી દીધી.

ગુર્ર ર્ર!!
મેં તમારી કઈ મહેનત ખરાબ કરી દીધી!
મેં ખૂબ મહેનતથઈ આ દીવાલ પર કલર કર્યો હતો. તેં એના પર ફોટો ચિપકાવી દીધા.
મેં લક્કી ફોટોગ્રાફરને મારા ફોટો મારી ફેસબુક વૉલ પર પોસ્ટ કરવા માટે કહ્યું હતું, તે ઘરની વૉલ પર પોસ્ટ કરી ગયો.

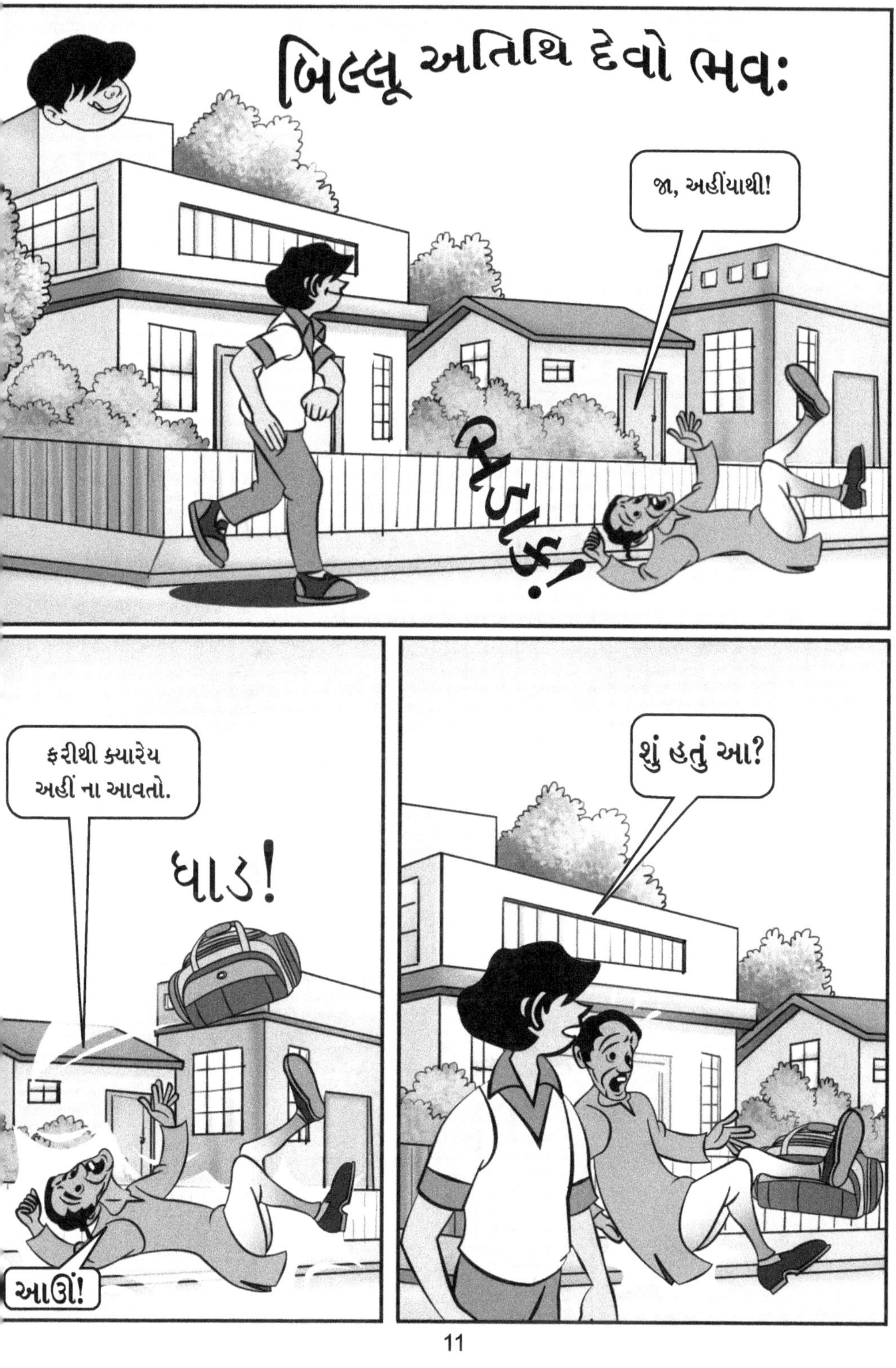

બિલ્લૂ અતિથિ દેવો ભવઃ

તમે કોણ છો?
સેંટૂ! રંગદૂજીનો મહેમાન!

અતિથિના આ હાલ? રંગદૂજીએ એવું ના કરવું જોઈએ.

અતિથિ ભગવાનનું રુપ હોય છે.

તમે અહીંયા અતિથિ બનીને આવ્યા હતા, આથી અતિથિ બનીને જ રહેશો.

રંગદૂજીના ઘરમાં નહીં, તો મારા ઘરમાં.

તમે જ્યાં સુધી ઇચ્છો, અહીંયા રહી શકો છો, કશું જોઈએ તો કહો.

સૂવા માટે મળી ગયું, હવે ખાવા માટે મળી જતું તો...

લો!
એનાથી મારું શું થશે? બીજું કશું?

હું તને વારંવાર કષ્ટ આપી રહ્યો છું.

હું જ લઈ લઉં છું. જે ફ્રિજમાં છે તે પણ.

અને જે રસોડામાં પણ છે.

આ બધું ઓછું છે.

શું તું થોડું વધારે બજારથી નથી લાવી શકતો?
હા-હા-હા કેમ નહીં!

આ લો.
થેંક્યૂ!

ખાવાનો ટાઇમ ખતમ. સૂવાનો ટાઇમ શરૂ!

ખર્ર ર્ર!!

ખર્રાટા ટા!!

નાશતામાં પાંચ કિલો દૂધ, દસ પરાઠા અને પચાસ સેન્ડવિચ ખાઈ ગયો.

બિલ્લૂ, શું મુસીબત ઘેર લઈ આવ્યો.

આ મુસીબતનો હવે એક જ ઈલાજ છે.

આ મુસીબતનો હવે આ જ ઈલાજ છે.

બિલ્લૂ અને મેમોરી કાર્ડ
બિલ્લૂ એના મિત્ર સાથે મ્યૂઝિયમમાં
ક્લિક!
ગુડ સ્કેલટ્રન.
સ્કેલટ્રનની પરિભાષા શું હોય છે બિલ્લૂ?

એવા માણસ, જે પોતાના શરીરથી ફાલતૂ માંસ હટાવવા માટે ડાયેટિંગ શરૂ કરે છે પછી હંમેશાં માટે ભૂલી જાય છે.

ચલો બહાર ચાલીને કશું સ્નૅક્સ વગેરે લઈએ.

બિલ્લુ, એ જો. તારા મતલબની વસ્તુ.

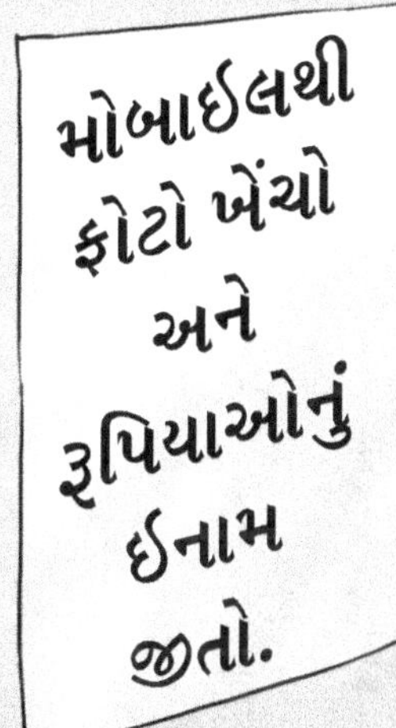

મોબાઈલથી ફોટો ખેંચો અને રૂપિયાઓનું ઈનામ જીતો.

ખરેખર મારા માટે છે.

કેમ કે મારી પાસે છે મેગા પિક્સલ અને હાઈ ડેફિનિશન કેમેરાવાળો શાનદાર મોબાઈલ.

ખટાચ!!
મોબાઈલથી ફોટો ખેંચો અને રૂપિયાઓનું ઈનામ જીતો.

બિલ્લૂ ચાલ્યો ફોટો ખેંચવા

તે પણ એવી-એવી જગ્યાના, જ્યાં ફક્ત બિલ્લૂ પહોંચી શકે છે.

બીજું કોઈ નહીં.

ખટાચ!!

ખટાચ!!
આ પિક્ચર તો બિલ્લૂ દરેક સ્થિતિમાં લેશે.

ટપાટપ

ઓહ!
છપાક!

પાણી ગંદુ છે તો શું થયું.

જે મેં પિક્ચર લીધી, એ તો સારી છે.

આવી ફોટોસને ઈનામ નહીં મળે, તો કોને મળશે?

હવે થોડા પોતાના ફોટોસ જોઈ લઉં.

અરે નહીં!

બિલ્લૂ! તારા મોબાઇલથી ફોટો ખેંચી લાવ્યો?
હા, પરંતુ તે ફોટોસ, મારા ફોનમાં સ્ટોર ના થયા કેમ કે...

...મારા ફોનમાં ફોટોસને સેવ કરવાવાળું મેમોરી કાર્ડ ન હતું.

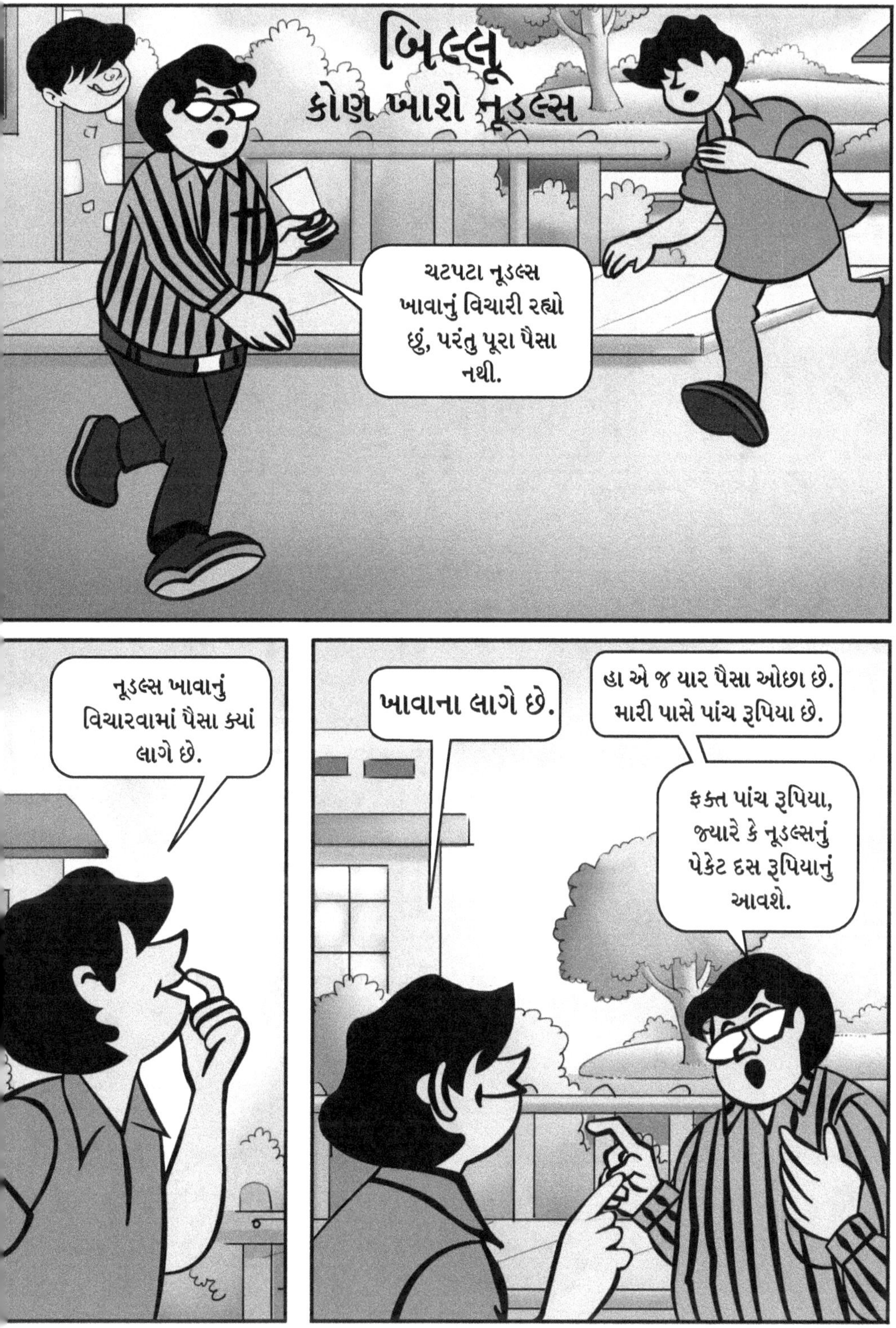

બિલ્લુ
કોણ ખાશે નૂડલ્સ

પાંચ રૂપિયા મારી પાસે છે. આપણે બંને મળીને નૂડલ્સના પેક શેર કરી લઈશું.

ઠીક છે.

નૂડલ્સનું પેકેટ આપણે ખરીદી લીધું.
SHOPPING MALL

આવો, એને બનાવીને ખાઈએ.

સુગંધ તો ખૂબ સરસ છે.

હું ઘણી બધી નૂડલ્સ ખાઈશ.

ના! હું વધારે નૂડલ્સ ખાઈશ.

તૂં ઘણી બધી નૂડલ્સ ખાઈશ, તો હું ક્યાં જઈશ?

જો હું પાંચ રૂપિયા ના મિલાવતો, તો તૂં આ નૂડલ્સ ના ખરીદી શકતો.

અરે! આથી તૂં વધારે નૂડલ્સ ખાવાની વાત કરી રહ્યો છે.
બિલ્કુલ!

હું વધારે ખાઈશ.

એવું નહીં થાય.
ના! હું વધારે ખાઈશ.

ના! હું.

હું.

અરે ગબ્બૂ, બિલ્લૂ કેમ ઝગડી રહ્યો છે?

શું વાત છે, બતાવો.
ગબ્બૂ કહે છે, એ નૂડલ્સ વધારે ખાશે. હું કહું છું, હું.

તમે જ બતાવો, કોણ વધારે નૂડલ્સ ખાશે?

કોઈ પણ નહીં.

તમારી તૂ-તૂ મેં-મેંના ચક્કરમાં નૂડલ્સ બળીને રાખ થઈ ગયા છે.

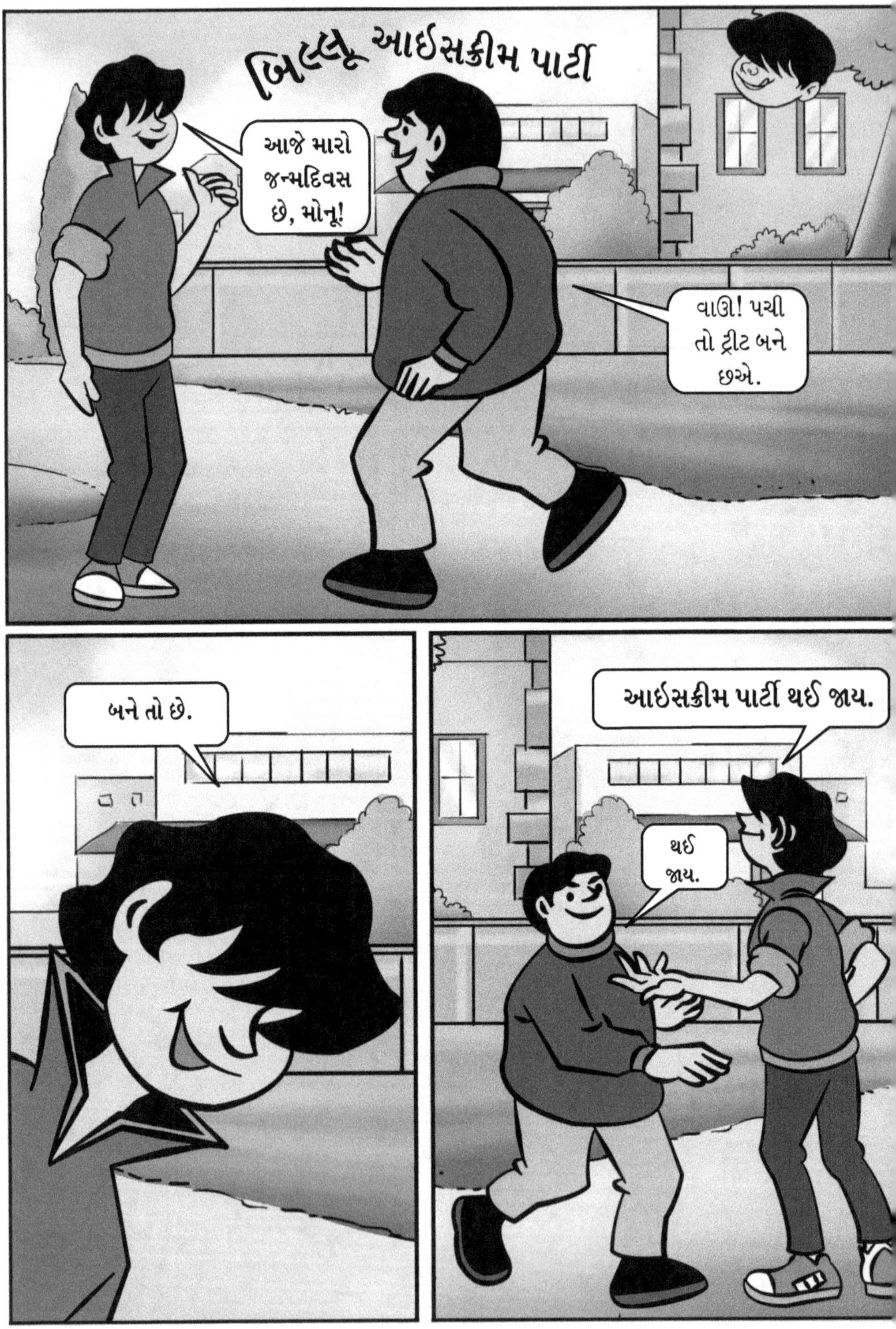

બિલ્લૂ આઈસક્રીમ પાર્ટી

હું હમણાં આવ્યો. તૈયાર થઈને.

શું તું એકલો જઈશ બિલ્લૂની પાર્ટીમાં?
તમે બધા પણ આવશો, પરંતુ બિલ્લૂને ખબર પડી, તો તે ઓછા બજેટનું બહાનું કરીને વાત ટાળી દેશે.

કશું કરીશ.

તમે આઇસ્ક્રીમ પાર્લરની આસપાસ રહેજો.

આ આઇસક્રીમ પાર્ટીમાં જે મરજી ખાઓ, બિલ હું આપીશ.

મારો ફોન વાગી રહ્યો છે.
ટ્રિન ન!!

હું બહાર જઈને ફોન સાંભળું છું, તું પાર્ટી ઍન્જૉય કર, હું આવીને પેમેન્ટ કરું છું.

બિલ્લૂ બહાર ગયો. આવી જાઓ.

ખાઓ જામીને!
પેમેન્ટ બિલ્લૂ કરશે.

અરે, પાંચસો રૂપિયાનું બિલ! કેવી રીતે?

ICE CREAM STALL
આઇસક્રીમ પાર્ટી હતીને તારી તરફથી.

અમે બધાએ પાર્ટી ઍન્જૉય કરી છે.
પાર્ટી તો પાર્ટી હોય છે.

ICE CREAM STALL
આ તો ચીટિંગ છે.
તેં કમિટમેન્ટ કર્યું હતું, પેમેન્ટ કરો.

કાલે મારોજન્મદિવસ છે. હું કમિટમેન્ટ કરું છું કે હું તને અને તારા એક દોસ્તની આઇસક્રીમ પાર્ટીનું પેમેન્ટ કરીશ.

નાગલા દિવસે...
હેપ્પી બર્થ ડે મોનૂ!
થેંક્યૂ બિલ્લૂ.

તારું કમિટમેન્ટ આઇસક્રીમ પાર્ટી.
પરંતુ ધ્યાન રહે, મારું કમિટમેન્ટ તૂં અને તારો ફક્ત એક દોસ્ત.

ઠીક છે.
બિલ્કુલ ઠીક.

તો પછી પહોંચો આઈસક્રીમ પાર્લરમાં થોડી વારમાં પેમેન્ટ કરવા આવું છું.

ICE CREAM STALL
થોડી વાર પછી.
બે હજાર રૂપિયા બિલ.

ICE CREAM STALL
તૂં અને તારો દોસ્ત બે હજાર રૂપિયાની આઈસક્રીમ કેવી રીતે ખાઈ શકો છો?
સાબૂ જેવો દોસ્ત હોય તો બે શું પાંચ હજારની આઈસક્રીમ પણ ખાઈ શકાય છે.

હો-હો-હો! જેવાને તેવો.
ICE CREAM STALL

બિલ્લૂ
જાંબાજ

જોઝી!
ક્યાં છે?

તું અહીંયા કેમ
આવ્યો છે?

હું જોઝીનો દોસ્ત છું.
એનાથી મળવા
આવ્યો છું.
તે એક બહાદુર
ફૌજીની બેટી છે.

એનો મિત્ર કોઈ નિડર
નવયુવાન હશે, તારા જેવો
કમજોર ઉંદર નહીં.

જા, અહીંયાથી.
હું ડરપોક નથી.

હું સાબિત કરી શકું છું,
હું એક જાંબાજ છું.

પાપા! તમે એને એક
ચાન્સ તો આપો.

મારી સાથે ખુલ્લા મેદાનમાં ચાલો. હું ત્યાં
તમને મારી બહાદુરીના કારનામા બતાવું છું.

ચાલો! જોઈએ,ત્યાં તું કયું તીર મારીશ

મેદાનમાં.
આ શું ચાલી
રહ્યું છે?
મહેરબાન, કદરદાન! જીતો! પૂરા પાંચ
હજારનું રોકડ ઇનામ.

છે કોઈ નિડર જાંબાજ.
જે અમારા સ્ટંટમેનની જેમ
આ તોપમાં ઘુસે...

...દારૂગોળાથી
ભરેલી તોપના...

ધમાકાથી હવામાં ઉછળે અને...
બડામ મ્‌!
...જીતી લે ઇનામના
પૂરા પાંચ હજાર
રૂપિયા.

જો અહીંયા કોઈ શેરદિલ છે,
તો આગળ આવે.

અમારો બિલ્લૂ દિલેર છે, તે
તોપમાં ઘુસશે!
?!

પરંતુ... હું..?

કિન્તુ...પરંતુ....કશું નહીં. જે ડરી ગયો, તે મરી ગયો.

હું આ ચેલેન્જ માટે તૈયાર છું.
શાબાશ! બરખુરદાર!

બેફિકર રહો. તને હીટ સેફટી ડ્રેસ પહેરાવવામાં આવશે.

તારી રક્ષા માટે આ રબર ફોમના ગાદલા બિછાયેલા છે.

તોપથી નિકળીને તું આના પર સુરક્ષિત આવી પડીશ.

જોગી! સેફટી સૂટમાં કેવો દેખાઉ છું.

ગભરાઈશ નહીં, આ કરતબ તો હું સરળતાથી કરી લઈશ.

બિલ્લૂ ખરેખર એક દમદાર સૂરમો છે.

દારૂગોળો ભરી દઉં!

ઉસ્તાદ! છોકરો તો વધારે ઊંચો ઉછળી ગયો.
બડામ મ્!
તેં વધારે દારૂગોળો નાખી દીધો. હવે તે મેદાનથી દૂર જઈને પડશે.

ઓહ! એને જઈને જોવો જોઈએ.

થોડી દૂર ફિલ્મ શૂટિંગ ચાલી રહી છે.

આસિસ્ટેન્ટ ડાયરેક્ટર! શૉટની રિહર્સલ કરાવડાવો. સીન છે - હીરોઈન આ બિલ્ડિંગની નીચે ઊભી છે.

...અને વિલનને ચિત્ત કરી દેશે.

હીરોઈનને એકલી જોઈને વિલન એને છેડે છે.

ઊંચી ઈમારતથી હીરો વિલનની ઉપર કૂદશે.

સર! સ્ટંટમેન તો આવ્યો નથી. ઉપરથી કૂદશે કોણ?

હીરોના ડૂપ્લીકેટ વગર સીન શૂટ કેવી રીતે થશે?

સ્ટંટમેનને તુરંત લાવો.

આકાશમાં.
નીચે પડતાં જ હું તૂટીને વિખેરાઈ જઈશ.

નહીંતર...! આજની શૂટિંગનું બધું નુકસાન તું ભરીશ.

જમીન તો ખૂબ નીચે છે. હું બચી નહીં શકું.

ધડામૂ મ!
આ શું?

થ ડ ડ!
આઉ ઉ ઉ!

આ કોણ આવી ટપક્યું?
ધી રિયલ હીરો!

ખૂબ સુંદર, બહાદુર નવયુવાન.

આ લો, સાઇનિંગ ચેક. મારી આગલી ફિલ્મ ઉડતા હવાબાઝનો તું હીરો છે.
આભાર.

વાહ રે. મારા અસલી જાંબાજ!

હવે તો તમે પણ માનશો? હું છું જાંબાજ.
સમય મહેરબાન તો બંદો પહેલવાન!

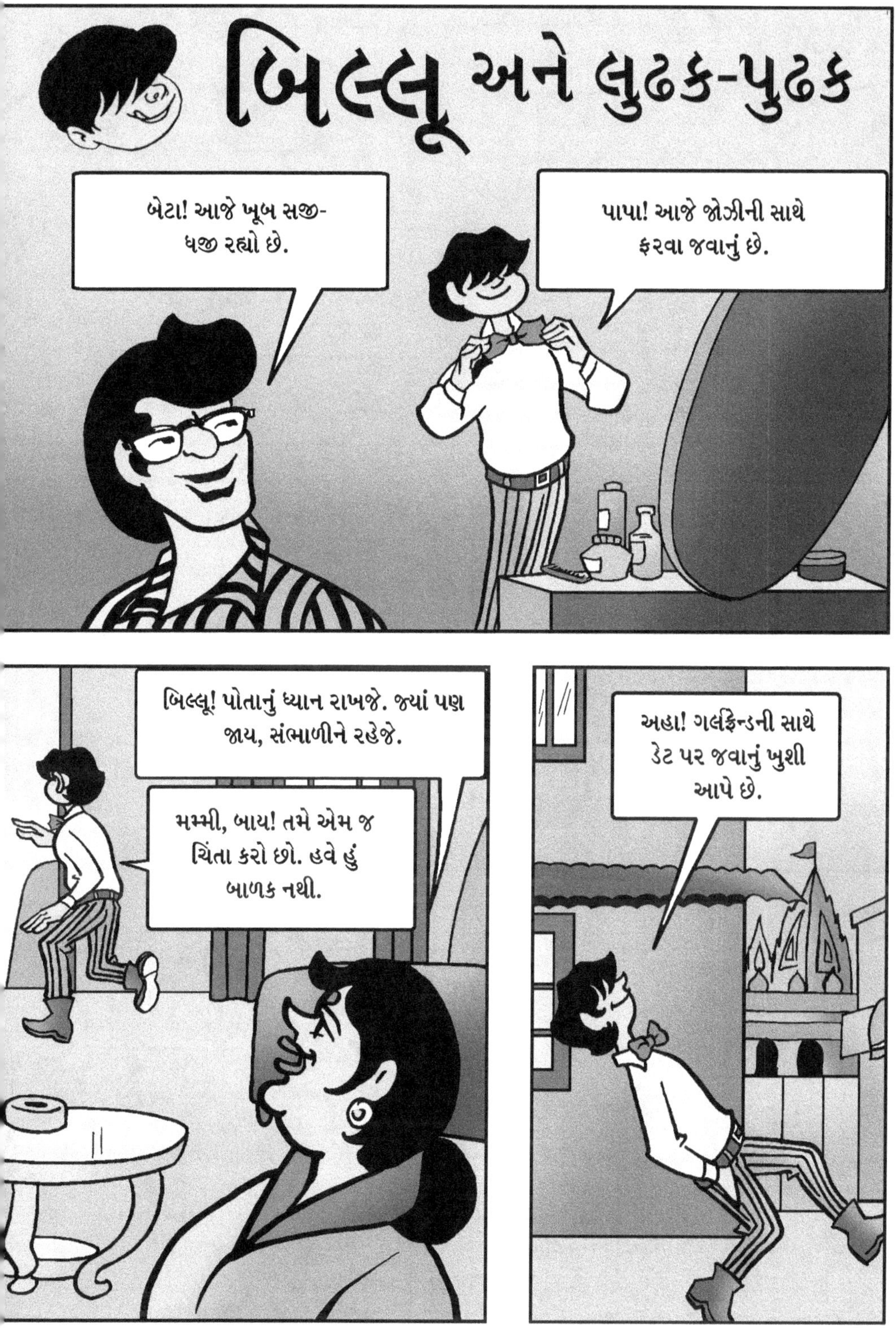

બિલ્લૂ અને લુઢક-પુઢક

અરે રે! બજરંગી?
મારે એનું ઉધાર ચુકવવાનું છે.
ઢક્કન! જો તે ઉંદર બિલ્લૂ નજરે પડે, તો મને બતાવજે.
જી, ઉસ્તાદ!

જો તે મને જોઈ લેશે, તો લાકડીથી મને તોડી નાંખશે.

થોડી વાર અહીંયા છુપાઈ જવામાં આવે.

પહેલવાન જ્યાં સુધી બેઠો છે. હું આગળ કેવી રીતે જઈશ?

બિલ્લૂ! કોની સાથે લુકા-છુપી રમી રહ્યો છે?

મારે બજરંગીના પાંચસો રૂપિયા પાછા આપવાના છે.

દોસ્ત! લીધેલું ઉધાર તો પાછું આપવું જ જોઈએ.

મારી પાસે અત્યારે ફક્ત પાંચ સો રૂપિયા છે.

એનાથી મારે જોઝીને રેસ્તરાં લઈ જવાની છે.

તું ઇંટેલિજન્ટ છો, કોઈ ટ્રિક બતાવો કે હું પહેલવાથી બચીને નિકળી જાઉં.

VOTE
અરે, હા! એક રીત છે.

આઇડિયા લુઢક-પુઢક!

એ શું હોય છે?

તે ખાલી ડ્રમ જોઈ રહ્યો છે?

તું એમાં ઘૂસી જા. હું એને લુઢકાવી દઈશ. તું લુઢકતો-પુઢકતો બજરંગીની આગળથી નિકળી જઈશ. તે તને જોઈ નહીં શકે.

શું આ રિસ્કી નથી?
છે. પરંતુ પહેલવાનથી ઓછું.

દોસ્ત, બાય! તારી યાત્રા શુભ હો.
ઇ

લુઢક-પુઢક!
લુઢક-પુઢક!

આ ડ્રમ કોણે લુઢકાવી દીધું?
લુઢક-પુઢક!
લુઢક-પુઢક!
બાળકોએ શરારત કરી હશે.

અરે! મારા બધા અસ્થિ-પંજર ઢીલા થઈ ગયા.

આ રોકાશે કેવી રીતે? આમાં તો બ્રેક પણ નથી.

ધડામ!
ટ
ફ
ક
ર!

હાશ! ડ્રમ
રોકાઈ ગયું

અરે જોગીની
સાથે રેસ્તરાં
જવાની હાલત
નથી રહી.

ઘેર જ પાછો
જાઉં.

આ શું?
લુઢક-
પુઢક!
આ કોઈ નવી
શરારત હશે.

Colour Activity

Match the pictures to their shadows.

1 2
3 4
5 6
7 8

Match the Pictures and send us back to win a surprise prize - write down the following details in block letter: Complete Name, Telephone Number with STD code (Mobile Number), Age, Place of Birth, Date of Birth, Gender, Email ID and Complete Postal Address with Pincode.

Discover Talent @ Diamond Toons
X-30, Okhla Industrial Area, Phase-II, New Delhi-110020
Ph.: 011-40712100, 40712200, E-mail: sales@dpb.in

	ROT
RA	
CAB		E
ZUC		I
TO		O
S		ACH
O	
P	
MU		D
	KIN
PI		PLE

Fill in the blanks with the words BAG, CAR, CHIN, DISH, EAR, KIN, MAT, NEAP, PIN, PUMP, RANGE, STAR to reveal the names of 11 edible plants (mostly fruits and vegetables).

Fill in the blanks and send us back to win a surprise prize - write down the following details in block letter: Complete Name, Telephone Number with STD code (Mobile Number), Age, Place of Birth, Date of Birth, Gender, Email ID and Complete Postal Address with Pincode.

Discover Talent @ Diamond Toons

X-30, Okhla Industrial Area, Phase-II, New Delhi-110020
Ph.: 011-40712100, 40712200, E-mail: sales@dpb.in

Diamond Toons

₹ 50   48P

₹ 50   48P

₹ 50   48P

Chacha Chaudhary, Billoo & Pinki comics also available in Digest

₹ 100 96P Size: 6.5"X9"   ₹ 100 96P Size: 6.5"X9"   ₹ 100 96P Size: 6.5"X9"   ₹ 100 96P Size: 6.5"X9"

₹ 100 96P Size: 6.5"X9"   ₹ 100 96P Size: 6.5"X9"   ₹ 100 96P Size: 6.5"X9"   ₹ 100 96P Size: 6.5"X9"

X-30, ओखला इंडस्ट्रियल एरिया, फेज–2, नई दिल्ली-110020
फोन न.: 011-40716600, 40712200, ई–मेल : sales@dpb.